சூரியனைச் சுமந்து செல்லும் பாட்டி

கவிக்கோ அப்துல் ரகுமான் நினைவு
ஹைக்கூ கவிதைப் போட்டி - 2023

பரிசுபெற்ற கவிதைகள்

தேர்வு : இயக்குநர் என்.லிங்குசாமி

டிஸ்கவரி பப்ளிகேஷன்ஸ்
எண்: 9, பிளாட் எண்: 1080A, ரோஹிணி பிளாட்ஸ்
முனுசாமி சாலை, கே.கே.நகர் மேற்கு,
சென்னை - 600 078. பேச: 99404 46650

வெளியீட்டு எண்: 0267

சூரியனைச் சுமந்து செல்லும் பாட்டி
தேர்வு: இயக்குநர் என்.லிங்குசாமி

ஓவியங்கள்: கலை இயக்குநர் ஆர்.சரவண அபிராமன் BFA

SOORIYANAI SUMANDHU CHELLUM PAATTI
Selected By : Director **N.Lingusamy**

Art : Art Director **R.Saravana Abiraman** BFA

ISBN: 978-93-95285-76-6
First Edition: May - 2023
Pages: 112
Rs. 150

Publisher • Sales Rights

Discovery Publications | **Discovery Book Palace (P) Ltd**
No. 9, Plot,1080A, | No. 1055-B, Munusamy Salai,
Rohini Flats, Munusamy Salai, | K.K.Nagar West,
K.K.Nagar West, Chennai - 78. | Chennai-600 078.
Tamilnadu, India. | Ph: (044) 4855 7525
Mobile: +91 99404 46650 | Mobile: +91 87545 07070

discoverybookpalace@gmail.com
WWW.DISCOVERYBOOKPALACE.COM

இந்த நூலில் பிரசுரமாகியுள்ள எந்த ஒரு பகுதியையும் ஆசிரியரின் - பதிப்பாளரின் எழுத்துபூர்வமான முன்அனுமதி பெறாமல் எடுத்தாள்வதோ, மறுபிரசுரம் செய்வதோ, மொழியாக்கம் செய்வதோ, அச்சு மற்றும் மின்னணு ஊடகங்களில் மறுபதிப்பு செய்வதோ, காப்புரிமைச் சட்டப்படி தடை செய்யப்பட்டுள்ளது. இந்த நூலிலிருந்து குறிப்பிட்ட பகுதிகளை மேற்கோள் காட்டி புத்தக விமர்சனம் செய்ய, ஊடகங்களுக்கு மட்டும் அனுமதி உண்டு.

உங்கள் மொபைல் போனிலிருந்து ஸ்கேன் செய்து டிஸ்கவரி புக் பேலஸின் மொபைல் ஆப்பை டவுன்லோடு செய்து, புத்தகங்களை வாங்குங்கள்.

ஹைக்கூவைக் கொண்டாடுவோம்!
கவிக்கோ நினைவைப் போற்றுவோம்!!

'கடம் கடம்தோறும் கதிரவன் தோன்றின்
அடங்கிட மூடில் அவற்றில் அடங்கான்'

- திருமந்திரம்

'ஊர் குளம் தோறும்
ஒரே நிலா'

- ஹைக்கூ

சொல்லவந்த கருத்தை மிக அழகாகவும் சுருக்கமாகவும் சொல்வதே ஹைக்கூ.

ஜப்பானிய ஹைக்கூவில் சொல்லப்பட்டுள்ள இலக்கணத்தின்படி 7, 5, 7 அசைகள் என இங்கே நாம் பிரித்துப் பார்க்க இயலாது. ஆதலால், அந்த உணர்வை மட்டும் எடுத்துக்கொண்டு ஹைக்கூ தன்மையில் கவிதை படைக்கின்றோம்.

கவிக்கோ அப்துல் ரகுமான் அவர்களும் 'மின்மினிகள்' என்ற தலைப்பில் ஜூனியர் விகடனில் ஹைக்கூ பற்றி எழுதி எண்ணற்ற கவிஞர்களை உருவாக்கினார். எங்களைப் போன்றவர்கள் ஹைக்கூ எழுத அவரே காரணம்.

முப்பத்தி இரண்டு வருடங்களுக்கு முன்பு நான் எழுதிய ஹைக்கூவை ஆனந்த விகடனுக்கு அனுப்பி வைத்தேன். அது பிரசுரம் ஆகி அதற்குப் பரிசாக முப்பது ரூபாய் கிடைத்தது. அது எனக்கு ஏற்படுத்திய நம்பிக்கையே நான் சென்னைக்கு வரக் காரணம். நல்ல ஹைக்கூ கவிதைகளைப் படித்து, அவற்றைப் பற்றி நண்பர்களோடு பேசுவதும் விவாதிப்பதும் எனக்குப் பெரும் மகிழ்ச்சி அளித்த நிகழ்வுகள் ஆகும்.

தியானம் செய்வதையும், ஹைக்கூ படைப்பதையும் ஒன்றாகத்தான் நான் பார்க்கிறேன்.

'இந்தக் காகிதக்கப்பல்
எவ்வளவு தூரம் சுமந்து செல்லும்
என் மகளின் புன்னகையை'

இதுபோன்ற கவிதைகள் எனக்குப் பெரும் மகிழ்ச்சியையும் உத்வேகத்தையும் கொடுக்கின்றன. இதுதான் என்னைத் தொடர்ந்து இயங்க வைத்துக்கொண்டிருக்கிறது.

கவிக்கோ அப்துல் ரகுமான் அவர்கள் எங்களுக்கு ஒரு ஜென் குரு. அவரை பனையூரில் அண்ணன் அறிவுமதி, நண்பர் பிருந்தா சாரதி, கவிஞர் ஜெயபாஸ்கரன், கவிஞர் இசாக் ஆகியோரோடு நான் சந்தித்து உரையாடிய நாட்கள் எனக்குப் பெரும் மகிழ்ச்சி அளித்தன. வாழ்நாளில் மறக்க முடியாத அனுபவங்கள் அவை.

ஹைக்கூவை அனைவரிடமும் கொண்டு சேர்ப்பதே கவிக்கோ அப்துல் ரகுமான் அவர்களின் முக்கியமான நோக்கமாக இருந்தது. அதை நிறைவேற்றும் வகையிலேயே நாங்கள் ஒவ்வோர் ஆண்டும் அவரது நினைவாக ஹைக்கூ கவிதைப் போட்டியை நடத்துகிறோம்.

சென்ற ஆண்டு (2023) ஏறக்குறைய ஏழாயிரம் கவிதைகள் வந்தன. அவை முறையாகத் தேர்ந்தெடுக்கப்பட்டு, பரிசளிக்கப்பட்டு, 'வாடியது கொக்கு' என்ற தலைப்பில் நூலாகவும் வெளியிடப்பட்டது. இம்முறை நான்காயிரம் கவிதைகள் வந்துள்ளன. அவற்றிலிருந்து பரிசீலித்து பரிசுக்குரிய கவிதைகளைத் தேர்ந்தெடுத்துள்ளோம். அவை தொகுக்கப்பட்டு நூலாகவும் வெளிவருகிறது.

முதல் பரிசு: ரூபாய் 25000, இரண்டாம் பரிசு: ரூபாய் 15,000, மூன்றாம் பரிசு: ரூபாய் 10,000. மேலும் பிரசுரத்திற்குத் தேர்வு செய்யப்படும் 50 கவிதைகளுக்கு தலா ரூபாய் 1000 என மொத்தம் ஒரு லட்ச ரூபாய் பரிசுத் தொகையாக வழங்கப்படுகிறது.

மூன்று வரி ஹைக்கூ கவிதைக்கு ரூபாய் 25,000 பரிசு என்பது சிலரது புருவங்களை உயர வைத்திருக்கிறது. உண்மையில் ஹைக்கூ என்பது வடிவத்தில்தான் சிறியது. ஆனால், உண்மையில் அது ஒரு 'விஸ்வரூப தரிசனம்' என்பதைக் காட்டவே இந்தப் பரிசுத் தொகை.

இதை அனைவருக்கும் உணர்த்த வேண்டும், அதைப் பரவலாகக் கொண்டு சேர்க்க வேண்டும் என்பதுவே இந்தப் பரிசுத்தொகையின் நோக்கம். பரிசு பெறுபவர்களின் எண்ணிக்கையை மேலும் அதிகமாக்கவே விரும்புகிறோம். இது தொடரும்.

படம் இயக்குவதைப் போலவே ஹைக்கூ எழுதுவதும் எனக்கு ஒரு மிகப்பெரிய, முழுமையான உணர்வைத் தரும் செயல். இந்தப் பரிசுப் போட்டியை எனது வாழ்க்கையில் மிகவும் முக்கியமான ஒன்றாகக் கருதுகிறேன். இதில் என்னோடு கைகோர்த்து நிற்கின்ற 'விஷ்ணு அசோசியேட்' திரு. சிவக்குமார் அவர்கள், இயக்குநர் திரு. பிருந்தா சாரதி அவர்கள், கவிஞர் ஜெயபாஸ்கரன் அவர்கள், நிகழ்வை ஒருங்கிணைத்து நூலை வெளியிடும் 'டிஸ்கவரி பதிப்பகம்' நண்பர் திரு. வேடியப்பன் அவர்கள் மற்றும் ஹைக்கூ தேர்வுக் குழுவில் உதவி புரிந்த கவிஞர் திரு. தங்கம் மூர்த்தி அவர்கள், திரு. குகை மா.புகழேந்தி அவர்கள், கவிதைகளுக்கு அழகான ஓவியங்கள் வரைந்துள்ள கலை இயக்குநர் திரு. சரவண அபிராமன் அவர்கள் என அனைவருக்கும் என்னுடைய நன்றியையும் அன்பையும் தெரிவித்துக்கொள்கிறேன்.

ஹைக்கூவைக் கொண்டாடுவோம்!
கவிக்கோ நினைவைப் போற்றுவோம்!!

அன்புடன்,
என்.லிங்குசாமி
27, மே 2023.

சூரியனை சுமந்து செல்லும் பாட்டி

முதல் பரிசு

வானத்துச் சூரியனை
சிறிது தூரம் சுமந்து செல்கிறாள்
தயிர் விற்கும் பாட்டி.

◆ சா.கா.பாரதி ராஜா
செங்கல்பட்டு

தேர்வு: இயக்குநர் என்.லிங்குசாமி

சூரியனை சுமந்து செல்லும் பாட்டி

இரண்டாம் பரிசு

மாடு தொலைந்த இரவு
தேடி அலையும் திசையெல்லாம்
கேட்கும் மணியோசை.

◆ பட்டியூர் செந்தில்குமார்
துபாய்

மூன்றாம் பரிசு

*மந்தையிலிருந்து தவறிச் செல்லும்
ஒற்றை ஆட்டின் பாதை
சரியாகவும் இருக்கலாம்.*

◆ ச.அன்வர் ஷாஜி
நாமக்கல்

*காற்றுக்கு அளவெடுக்கத்
தவறுகிறான்
சன்னல் செய்த தச்சன்.*

◆ அய்யப்ப மாதவன்
கோவை

சூரியனை சுமந்து செல்லும் பாட்டி

மணல் திருடனுக்கும்
அஸ்தி கரைக்கத்
தேவைப்படுகிறது நதி.

◆ சீனு ராமசாமி
சென்னை

*கடைசி மூச்சில்
என்னையே பார்த்த ஆடு
என்ன கேட்டிருக்கும்?*

◆ எம்.என்.ஜேம்ஸ்
காரைக்கால்

தேர்வு: இயக்குநர் என்.லிங்குசாமி

இரவில் நடைசாத்திய பின்
அருள்பாளித்தார் கடவுள்
உண்டியல் திருட்டு.

◆ நேசன் மகதி
புதுகோட்டை

தேர்வு: இயக்குநர் என்.லிங்குசாமி

*மழைக்குப்பின் கம்பியில்
சிறிதோடி ஒத்திகைப் பார்க்கிறது
துளி நதி.*

◆ **கி.சேகர்**
தென்காசி

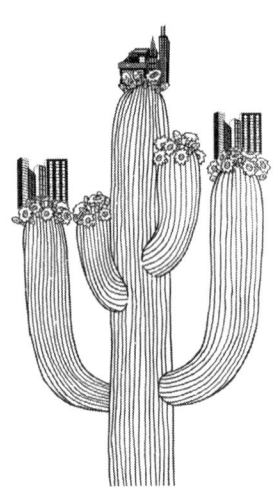

சூரியனை சுமந்து செல்லும் பாட்டி

கள்ளிச்செடிகள் இருந்த இடம்
இன்று கட்டப்படுகிறது
பெண்கள் கல்லூரி.

◆ ப்ரணா
திருச்சி

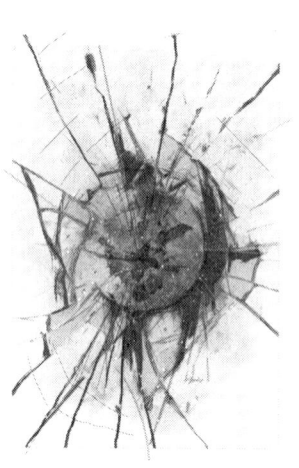

நிலவு உடைந்து
புதரில் கிடந்தது
கண்ணாடித் துண்டுகளில்.

◆ ரமா தேவி

சூரியனை சுமந்து செல்லும் பாட்டி

*மாடிவீடு கட்டி
விளையாடினார்கள்
சாலையோரக் குழந்தைகள்.*

◆ கோ.நாராயணன்
திருவண்ணாமலை

சூரியனை சுமந்து செல்லும் பாட்டி

*காற்று வீசுகையில்
இலையோடு உதிர்ந்த எறும்புக்கு
முளைத்தன இறக்கைகள்.*

◆ மகேந்திரன் நவமணி
மலேசியா

தண்ணீர் இல்லா குளத்தில்
நீந்துகிறது
பறவையின் நிழல்.

◆ ஞா.நிதிஸ்குமார்

சூரியனை சுமந்து செல்லும் பாட்டி

நூலறுந்த பட்டம்
பதற்றத்துடன் கை நீட்டுகிறது
மரம்.

◆ நன்மாறன்
 செங்கை

*அடுத்து யாருக்குப் பிறந்தநாள்
ஏக்கத்துடன் எதிர்பார்க்கும்
காப்பகக் குழந்தைகள்.*

◆ சிவகுமார்
  மலேசியா

ஏரியில் கட்டிய வீட்டில்
வாழ்கிறது
வாஸ்துமீன்.

◆ கு.கஜபதி
மாமல்லபுரம்

இத்தனைப் பெரிய இரயிலில்
குழந்தை இருக்கும் பெட்டி மட்டுமே
விழித்திருக்கிறது.

◆ உமாரமணன்

தறி நெய்யும் ஓசையில்
தெரிந்துவிடுகிறது
அம்மாவின் மனநிலை.

◆ இரா.தயாளன்
ஆரணி

சூரியனை சுமந்து செல்லும் பாட்டி

அறுவடை முடிந்த வயல்
எதுவுமில்லையென
கை விரித்து நிற்கும் பொம்மை.

◆ பட்டியூர் செந்தில்குமார்
துபாய்

*நிரம்பிய குளம்
சற்றே ஓய்வெடுக்கும்
கோபுர நிழல்.*

◆ கன்னிக்கோவில் இராஜா
 சென்னை

நட்சத்திரங்களை
எண்ணிவிட்டேன்
மகளின் ஓவியத்தில்.

◆ பொன்.குமரேசன்
ஊத்துக்குளி

குழந்தையின் பிரார்த்தனை
மெய்மறந்து கேட்டுக்கொண்டிருந்தார்
கடவுள்.

◆ ப.கோபி
கிருஷ்ணகிரி

*பா*லைவன வெயில்
நடந்துசெல்பவன் கால்தடம்
ஒவ்வொன்றிலும் நிழல்.

◆ சாயிராம்
தஞ்சாவூர்

*அ*ம்மா ஊட்டிய நிலாச்சோற்றில்
இரைந்து கிடக்கின்றன
நட்சத்திரங்கள்.

◆ கு.இரஞ்சித் குமார்
சீர்காழி

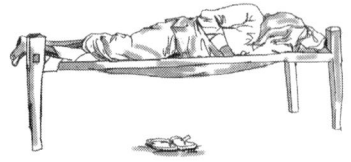

*கட்டிலில் கிடப்பவனின்
ஒரே ஒரு பொழுதுபோக்கு
ஊடாடும் பட்டாம்பூச்சி.*

◆ ஏகாதசி
சென்னை

தூரத்துக் கானல்நீர்
உற்றுப்பார்த்து நகருகிறது
நிழலில் நிற்கும் ஆடு.

◆ என்.ரமேஷ் (கீர்த்தி)
 சென்னை

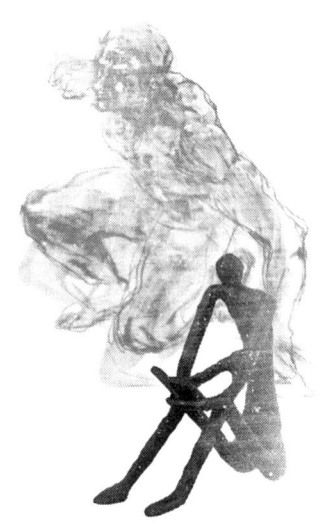

வயலை விற்று படித்தவன்
இறங்கவேயில்லை
மீண்டும் வயலில்.

◆ பா.சுபானு
காரைக்குடி

*பக்கத்து ஊரில் மழை
நனைந்து இருக்கிறது
இரயில்.*

◆ நந்தினி துரைசாமி
வத்தனாகோட்டை

வாயில் மீனோடு வருகையில்
வேடனிடம் சிக்கியது
கொக்கு.

◆ E.சாக்ரடீஸ்
மதுரை

பொத்தலோடுதான்
நெய்வார்களா
அப்பாக்களின் பனியன்களை.

◆ தியாகராஜன் சபாபதி

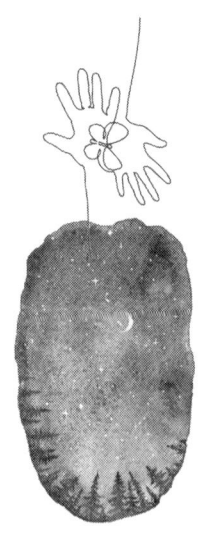

சூரியனை சுமந்து செல்லும் பாட்டி

தேங்கிய மழைநீரில்
நிலவைத் தள்ளிவிளையாடும்
பிஞ்சு விரல்கள்.

◆ குடந்தை விஜய்
(J.ராஜராஜன்)

*மரத்தடியில்
சாய்த்து வைத்த கோடரியில்
பறவையின் எச்சம்.*

◆ அஜித்
சென்னை

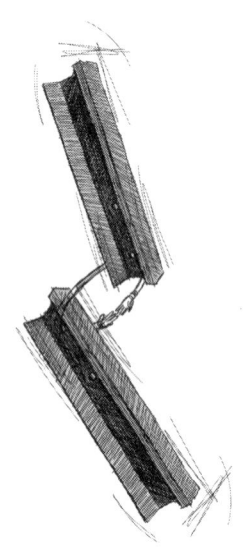

தண்டவாளங்கள்
சந்தித்துக்கொண்டன
பழைய இரும்புக்கடையில்.

◆ ச.மதுஷன்மதி
திருநாகேஸ்வரம்

*யாசகப் பாடகனின்
தட்டில் சில்லறை விழ
தடுமாறும் பாடல்.*

◆ க.வளர்மதி
கரூர்

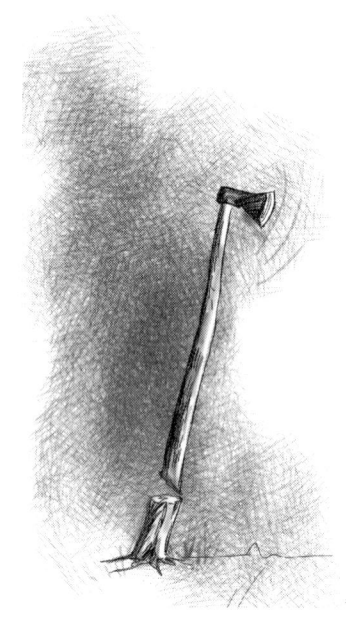

*மரத்தை வெட்டியபின்
இளைப்பாறிக்கொண்டிருக்கிறான்
இன்னொரு மர நிழலில்.*

◆ ஞானராஜன் துரை
பாளையங்கோட்டை

நந்தவனத்தில் பூக்கள்
ஒவ்வொன்றாய் முகர்வதற்குள்
வசந்தகாலம் முடிந்துவிடுகிறது.

◆ இளையோன்
கோவை

பல நேரம் சோறாக
அம்மாவின்
மூக்குத்தி.

◆ விஷ்வா
காரைக்கால்

கீழே கிடந்த தொப்பி
வேலிக்கல் மேல் வைக்கிறார்
எல்லை வீரர்.

◆ க.புனிதன்

அடர்ந்த காடு
குளிர்ந்த தேகம்
மௌனமாய் உறங்குகிறது பூனை.

◆ காந்தி முருகன்
மலேசியா

*கானகத்தின் பெருமூச்சு
வெளிப்படுகிறது
புல்லாங்குழலில்.*

◆ வே.சுப்ரமணியன்
  திருநெல்வேலி

*கண்காட்சியில் ஒட்டகம்
உரோமம் சிலிர்க்கும்போதெல்லாம்
உதிர்கிறது பாலைவனம்.*

◆ கவிஞர் செந்தூர் குமார்
நாகப்பட்டினம்

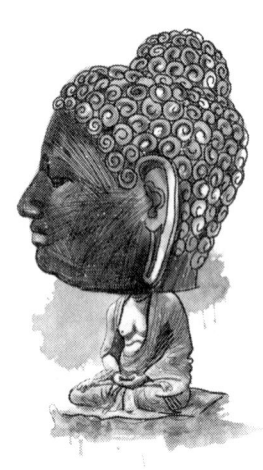
சூரியனை சுமந்து செல்லும் பாட்டி

கிளைகளற்ற
போதி மரத்தடி
சிலையாக புத்தர்.

◆ வே.சுப்ரமணியன்
திருநெல்வேலி

இடுகாட்டு வழி
கூடவே வந்தது
பௌர்ணமி நிலவு.

◆ ஜெகதீஸ்வரி
கோயம்புத்தூர்

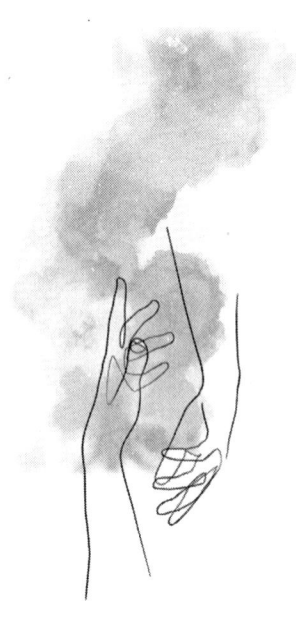

உள்ளங்கை நீர்
ரேகைகளில் ஓடுகிறது
குட்டி குட்டி ஆறு.

◆ வி.வி.கலைச்செல்வி
தாராபுரம்

*அழகான பரிசல்
பயணிக்க ஆளில்லை
நிலா.*

- ஆ.தீபக் கண்ணா
  சித்தாலப்பாக்கம்

*கண் சிமிட்டும் தெருவிளக்கு
மறைந்து மறைந்து
தோன்றும் நாய்.*

◆ ஜெ.ஜமுனாதேவி

*தூக்கத்தில் புன்னகைக்கும்
குழந்தையின் முகம்
கடவுளின் சாயல்.*

◆ சுபாரதி வெள்ளைச்சாமி
காரைக்குடி

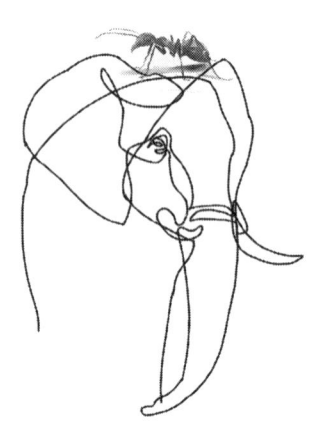

சூரியனை சுமந்து செல்லும் பாட்டி

ஏறிப்போகும் எறும்பை
ஆச்சர்யமாகப் பார்த்தது
ஆழக்குழிக்குள் விழுந்த யானை.

◆ சீனு ராமசாமி
  சென்னை

தேர்வு: இயக்குநர் என்.லிங்குசாமி

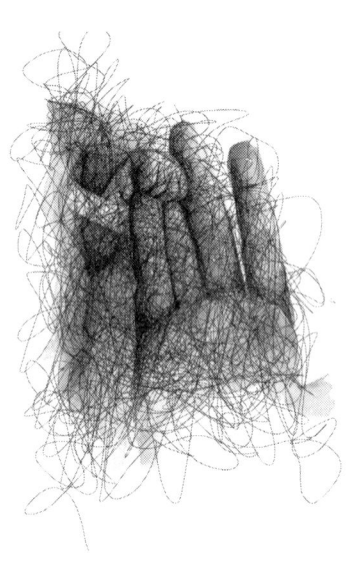

நேற்றைய சண்டையை
மறந்து புன்னகைக்கிறது
எதிர்வீட்டுக் குழந்தை.

◆ சி.திருவேங்கடம்
செஞ்சேரிமலை

மரத்தை வெட்டியதும்
சரிந்து விழுகின்றன
ஆண்டுகள்.

◆ கவிஞர் தேன்மொழி
மதுரை

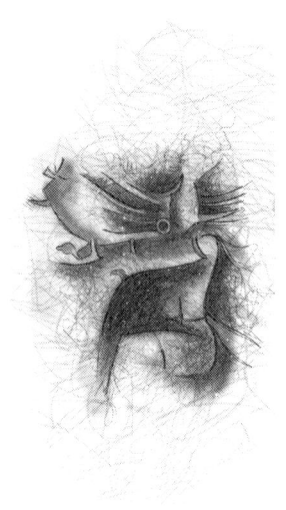

*நடராஜர் சிலையை
அசைத்துப் பார்க்கிறது
காற்றில் ஊசலாடும் சுடர்.*

◆ இளையோன்
கோவை

சூரியனை சுமந்து செல்லும் பாட்டி

*மூட்டைத் தூக்கும் போட்டியில்
மூன்று பரிசுகளையும் வென்றான்
பள்ளி மாணவன்.*

◆ இ.முகில் வேந்தன்
பட்டாளம், சென்னை

பசித்த மீன்களுக்கு
இரையாகப் போவதில்லை
குளத்தில் மிதக்கும் நிலவு.

◆ அய்யப்ப மாதவன்
கோவை

கவிக்கோ அப்துல் ரகுமான்

மரபுக்கவிதையிலிருந்து புதுக்கவிதை நோக்கி தமிழ்க் கவிதை இலக்கியம் பரிணாம வளர்ச்சி அடைந்து கொண்டிருந்தபோது, புதுக்கவிதையைச் செழுமைப் படுத்திய சிற்பி, கவிக்கோ அப்துல் ரகுமான். வாணியம்பாடி இஸ்லாமியக் கலைக் கல்லூரியில் தமிழ்ப் பேராசிரியராகப் பணியாற்றியபோது 'கவிராத்திரி' முதலிய நிகழ்ச்சிகளை நடத்தி, புதுக்கவிதைக்குப் புதிய ரத்தம் பாய்ச்சியவர். தமிழில் ஹைக்கூ, கஜல் ஆகிய பிறமொழி இலக்கியங்களில் முனைந்து செயல்பட்டதிலும், பரப்பியதிலும் குறிப்பிடத் தக்கவர்.

அவரது முதல் கவிதை நூலான 'பால்வீதி' தமிழ்ப் புதுக்கவிதையில் அழுத்தமான முத்திரை பதித்த நூலாகும். 'ஆலாபனை', 'பித்தன்', 'நேயர் விருப்பம்', 'சுட்டுவிரல்' முதலிய கவிதை நூல்களையும், 'உன் கண்களால் தூங்கிக்கொள்கிறேன்', 'இது சிறகுகளின் நேரம்', 'முத்துக் குளிக்க வாரீகளா?' முதலான கட்டுரை நூல்களையும் எழுதியுள்ளார். கவியரங்குகளில் கவிக்கோ ஓர் அரிமா. கலைஞர் தலைமையிலான கவியரங்கம் என்றால் அதில் கவிக்கோ தவறாமல் இருப்பார்.

'மரபுக்கவிதையின் வேர் பார்த்தவர், புதுக்கவிதையில் மலர் பார்த்தவர்' என்று பாராட்டப்படும் கவிக்கோ அப்துல் ரகுமான், தமிழில் கவிதைக் குறியீடுகள் குறித்து ஆராய்ந்து முனைவர் பட்டம் பெற்றவர். தன் இறுதிக்காலம் வரை இலக்கியத்தில் இடையறாமல் இயங்கிய கவிக்கோவுக்கு அவரது 'ஆலாபனை' கவிதைத் தொகுதிக்காக 1999ஆம் ஆண்டுக்கான 'சாகித்ய அகாதமி' விருது வழங்கப்பட்டது.

ஹைக்கூவின் மீது அவரது காதல் அலாதியானது. ஒரு ஹைக்கூவை எடுத்துக்கொண்டு அவர் விளக்கம் கூறும்போது பற்பல கதவுகள் திறக்கும். ஒவ்வொரு கதவுக்குப் பின்னாலும் பெரும் ஆச்சரியங்கள் காத்திருக்கும். ஹைக்கூ தமிழில் செழித்து வளரும் என்ற நம்பிக்கையோடு நடவு செய்தார். இன்று அது மெய்யாகி இருக்கிறது.